Bụi Cây Gai

Jibber Jabber

SỰ NHÌN NHẬN

minh họa: Quỳnh Rùa

biên tập viên: Jessie Raymond

người soát lỗi: Gwen Peterson, Jenny Dulaney

Dịch giả và biên tập viên tiếng Việt:

Uyen Lam, Hoai Chung, Thy Nguyen

Đặc biệt cảm ơn gia đình Mitchell.

Ở một vương quốc lạ thường kia, có hai anh em bình thường tên là Percy và Albert. Percy và Albert là những thợ làm bánh đã tạo ra những chiếc bánh ngọt, bánh mì và bánh nướng ngon nhất vùng đất này. Giống như hầu hết mọi người trong vương quốc, mặc dù làm việc chăm chỉ nhưng hai anh em vẫn sống trong nghèo khó.

Một ngày nọ, nhà vua quyết định tổ chức một bữa tiệc lớn. Việc này không có gì lạ cả. Hầu như tuần nào nhà vua cũng tổ chức tiệc tùng. Ông ấy đã ăn mừng mọi thứ. Lần này, nhà vua tổ chức tiệc vì con mèo của bà dì của con gái của em gái của em họ ông ta gần đây đã sinh ra mấy chú mèo con. Đây thực sự là lý do để ăn mừng. Như thường lệ, nhà vua ra lệnh cho hai anh em nướng cho ông ta một chiếc bánh khổng lồ. Chỉ có một ngày để làm bánh nên hai anh em thức trắng đêm. Sau nhiều giờ nướng, phủ kem và trang trí, họ đã mang đến chiếc bánh to nhất và đẹp nhất mà họ từng làm. Chiếc bánh đã có hình một con mèo khổng lồ màu cam, và bên trong có vị sô cô la, vani, bánh quy và kem bơ.

Dù cho họ đã làm được một chiếc bánh tuyệt vời, hai anh em không mong đợi được trả nhiều tiền. Vị vua ích kỷ không bao giờ cho họ nhiều tiền. Tuy nhiên, những người thợ làm bánh đã vô cùng ngạc nhiên khi được thông báo rằng họ sẽ không được trả đồng nào! Người anh Percy bỏ đi, thất vọng và lo lắng. Anh tự hỏi làm sao họ có đủ tiền để mua thực phẩm và nhu yếu phẩm đây. Người em Albert lại không bỏ đi. Anh cởi bỏ áo choàng và đứng giữa phòng khiêu vũ đông đúc.

"Chúng tôi sẽ không rời đi cho đến khi chúng tôi được trả một khoản tiền xứng đáng," Albert mạnh dạn tuyên bố.

Mặt nhà vua chỉ tái nhợt trong giây lát, rồi đỏ bừng lên vì giận dữ.

"Làm sao ngươi dám làm gián đoạn buổi tiệc mừng của ta, tên nhà quê!" nhà vua rít lên. "Ngươi là một thợ làm bánh thấp kém! Ngươi được trao đặc quyền, vinh dự được nướng bánh cho nhà vua của ngươi, và bây giờ ngươi còn muốn đòi tiền nữa ư?"

Nhà vua tức giận nắm lấy thanh kiếm của mình. Hoàng tử, một người tốt bụng và biết điều hơn nhiều so với cha mình, đã cố gắng can thiệp nhưng vô ích. Nhà vua nhấc kiếm và chặt đầu Albert tội nghiệp, để Percy mang cơ thể của em trai mình về nhà.

May mắn thay, mặc dù Albert đã bị chặt đầu nhưng anh ấy vẫn chưa chết. Bạn thấy đấy, ngày xưa mọi người cứng cỏi hơn rất nhiều. Họ khó bị giết hơn nhiều. Albert chưa chết, nhưng anh ấy sẽ sớm chết nếu Percy không làm gì để giúp. Percy cần phép thuật để gắn lại cái đầu. Chỉ có một thứ duy nhất có thể có tác dụng: anh ấy cần hai cánh hoa hồng xanh kỳ diệu.

Chúng rất dễ tìm. Percy biết chính xác chúng đang ở đâu. Mọi người đều biết. Nếu bạn đi qua ngọn đồi, băng qua cây cầu ọp ẹp, vào bóng tối sâu thẳm của khu rừng trong bóng đêm sâu thẳm, tìm thấy cái cây có cánh cửa thần kỳ, bước qua cánh cửa thần kỳ có tác dụng như cổng vận chuyển ma thuật, trèo qua ngọn núi chết chóc và ảm đạm, rồi đi vào bụi gai đầy mê hoặc, bạn sẽ tìm thấy những bông hồng xanh. Điều đó không quá phức tạp. Vì vậy, đó là điều Percy đã làm.

Anh ấy đã đi qua ngọn đồi, băng qua cây cầu ọp ẹp, vào bóng tối sâu thẳm của khu rừng trong bóng đêm thăm thẳm, tìm thấy cái cây có cánh cửa thần kỳ, bước qua cánh cửa thần kỳ có tác dụng như cổng vận chuyển ma thuật, trèo qua ngọn núi chết chóc và ảm đạm.

Nhưng đó là phần dễ dàng. Phần khó nhất là chui qua bụi cây gai. Bụi cây khá thất thường. Nó không thích những người khách ngang qua. Ngay khi người thợ làm bánh bước vào bụi cây, nó đã dùng gai đánh vào người anh. Người thợ làm bánh hoàn toàn đứng yên khi bụi cây tiếp tục tấn công và đâm anh. Anh không vung tay gạt cành cây đi hay thậm chí là cố gắng tự bảo vệ mình. Anh không di chuyển chút nào.

Cuối cùng, khi bụi cây thấy rằng Percy không có ý định làm hại nó, nó ngừng tấn công anh. Nó tách cành cây ra và để người thợ làm bánh bị thương nặng bước qua. Ở đó, ngay giữa bụi cây, là những bông hồng xanh đẹp nhất.

"Anh chỉ được lấy những gì cần thiết, nếu không tôi sẽ không bao giờ để anh đi," bụi cây cảnh báo anh ấy.

Người thợ làm bánh gật đầu, ngắt hai cánh hoa màu xanh bỏ vào túi. Anh bước ra khỏi bụi cây gai, trèo qua ngọn núi chết chóc và ảm đạm, bước qua cánh cửa thần kỳ trên cây có tác dụng như cổng vận chuyển ma thuật, xuyên qua bóng tối sâu thẳm của khu rừng trong bóng đêm sâu thẳm, băng qua cây cầu ọp ẹp, qua ngọn đồi, và trở về nhà của mình.

Anh ấy đặt cơ thể của em trai mình lên bàn và lắp ráp lại hoàn chỉnh nhất có thể. Cho tay vào túi, Percy rút ra hai cánh hoa màu xanh và đặt chúng lên mắt em trai mình. Những cánh hoa ngay lập tức co lại. Albert mở mắt ra và ngồi dậy với cái đầu một lần nữa dính chặt vào người! Những người anh em vui mừng khôn xiết. Có một khoảnh khắc hoảng loạn ngắn ngủi khi họ nghĩ rằng mình đã đặt đầu nhầm hướng, nhưng họ nhanh chóng nhận ra rằng chỉ có chiếc áo choàng của anh ấy mặc ngược mà thôi. Họ rất vui mừng. Hàng xóm của họ cũng vui mừng. Mọi người đều vui mừng. . . à thì, ngoại trừ nhà vua.

Khi nhà vua nghe tin, ông ta hét lên và giậm chân. Trong cơn thịnh nộ, ông ta đã chặt đầu ai đó và rồi nó được gắn lại hoàn toàn vào ngày hôm sau. Làm sao bọn chúng dám đảo ngược hành động tàn ác trong lúc phẫn nộ của ông ta! Vị vua độc ác muốn trừng phạt hai anh em nên đã bày ra một kế hoạch lén lút, thâm độc và xảo quyệt. Điều này thật khủng khiếp, tôi thậm chí không biết có nên nói với bạn hay không.

Nhưng mà tôi vẫn sẽ kể. Nhà vua dùng một túi bột tẩm thuốc độc. Việc này không sáng tạo gì mấy, nhưng điều đó không quan trọng miễn là nó có hiệu quả và quả thực nó đã rất hiệu quả. Vào khuya hôm đó, nhà vua lẻn vào nhà người thợ làm bánh và đánh tráo một túi bột mì bình thường với túi thuốc độc của ông ta. Ngày hôm sau, những người thợ làm bánh sử dụng bột mì để làm bánh mì. Percy thích liếm phần bột thừa trên thìa. Ngay khi nếm thử, anh ấy liền ngã quỵ xuống sàn.

Đừng lo lắng. Anh ấy chưa chết. Tôi đã nói với bạn, con người hồi đó cứng cỏi lắm. Percy chưa chết, nhưng Albert không thể đánh thức anh ấy dậy. Percy ngáy to, nghe như ngủ thật say. Albert biết chỉ có hai cách để đánh thức anh ấy. Một là nụ hôn của tình yêu đích thực. Thật không may, Percy và bạn gái của anh đã cãi nhau to vào tuần trước. Họ không chia tay, nhưng họ cũng không hẳn là ở bên nhau. Cứ cho rằng tình cảm hiện tại của họ không được tốt lắm. Cô ấy không thể hôn anh. Điều đó quá khó xử và có hơi táo bạo.

Chỉ còn một cách khác để cứu Percy: Albert phải lấy được những cánh hoa hồng xanh kỳ diệu. Anh nắm lấy thanh kiếm của mình và bắt đầu cuộc hành trình. Anh đi bộ qua ngọn đồi, băng qua cây cầu ọp ẹp, vào – à thì, bây giờ bạn đã quen với cuộc hành trình quá phức tạp, vì vậy chúng ta hãy cứ bỏ qua đến đoạn anh ấy đến bụi gai.

Ngay khi Albert bước vào bụi cây, nó đã đâm anh rất mạnh, nhưng anh đã đánh trả bằng thanh kiếm của mình. Cứ thế họ đánh nhau. Cuối cùng, bụi cây nhận ra rằng Albert sẽ không bao giờ bỏ cuộc, vì vậy nó đã mủi lòng. Nó tách cành ra và cho phép người thợ làm bánh bị thương đi qua. Ở đó, giữa bụi cây, anh tìm thấy những bông hồng xanh đẹp nhất.

Bụi cây cảnh báo anh ta, "Anh chỉ được lấy những gì cần thiết, nếu không tôi sẽ không bao giờ để anh đi."

Người thợ làm bánh ngắt hai cánh hoa màu xanh bỏ vào túi. Anh bước ra khỏi bụi gai và thực hiện cuộc hành trình gian nan để về nhà.

Sau khi anh đặt những cánh hoa lên mắt anh trai mình, những cánh hoa co lại. Percy mở mắt ra và ngay lập tức khỏe lại. Họ hết sức vui mừng. Những người hàng xóm cũng vui mừng, nhưng tôi cá là bạn có thể đoán được ai là người không vui. Nhà vua. Ông ta đã cố giết hai người tốt bụng, dũng cảm, nhưng bằng cách nào đó họ vẫn sống được. Tôi không thể tưởng tượng bất cứ điều gì khiến ông ta bực bội hơn.

Vì vậy, ông ta quyết định mình cần phải phá huỷ những bông hồng xanh đó. Giết người để làm gì khi người thân của họ có thể dùng những bông hoa phiền phức đó để cứu họ? Nhà vua lê bước qua đồi, trượt chân suýt ngã khi đi qua cây cầu ọp ẹp, lang thang giữa khu rừng tối hun hút trong đêm đen thăm thẳm, mãi mới tìm được cái cây có cánh cửa thần, rồi vấp phải cánh cửa thần kỳ có tác dụng như một cánh cổng ma thuật, và thở hổn hển trên ngọn núi chết chóc và ảm đạm.

Ông ta đến gần bụi gai đầy mê hoặc. Bụi cây tâm trạng thất thường này thậm chí còn cáu kỉnh hơn bình thường do lần chạm trán cuối cùng với người thợ làm bánh hung hãn. Nó không muốn cho nhà vua đi qua, nên nhà vua giơ gươm lao vào bụi cây và bắt đầu chiến đấu. Tuy nhiên, nhà vua không có quyết tâm và lòng can đảm như những người thợ làm bánh. Ông ta sớm bỏ cuộc và cố gắng trốn thoát, nhưng bụi cây không cho ông ta đi. Nó tiếp tục đâm về hướng ông ta, và nhà vua không bao giờ có thể rời đi.

Sau một thời gian, khi mọi người cho rằng nhà vua sẽ không bao giờ trở lại, hoàng tử đã lên ngôi vua. Nhà vua mới tổ chức một bữa tiệc sau lễ đăng quang. Ngài yêu cầu hai người thợ làm bánh làm cho ông một chiếc bánh thật ngon. Nhưng lần này, những người thợ làm bánh được trả công hậu hĩnh và không ai bị chặt đầu.

Kết thúc.

Cảm ơn bạn đã đọc cuốn sách của tôi! Đây là một tấm bưu thiếp miễn phí mà bạn có thể tải xuống:

https://jibberjabberblog.blogspot.com/2023/05/the-thorn-thicket-postcard.html

Bạn có thể nhận được các trang tô màu miễn phí tại đây!

https://jibberjabberblog.blogspot.com/2023/05/free-thorn-thicket-coloring-pages.html

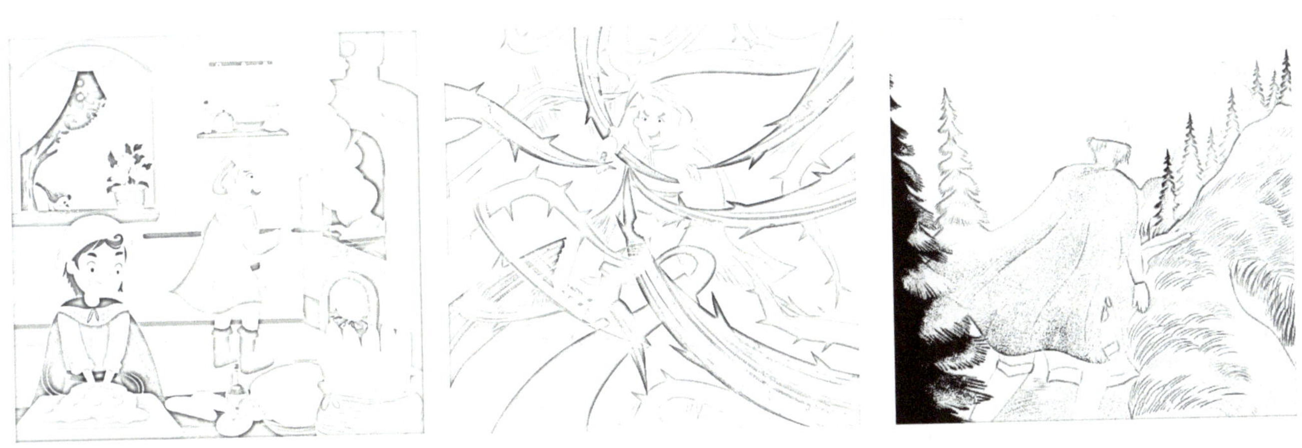

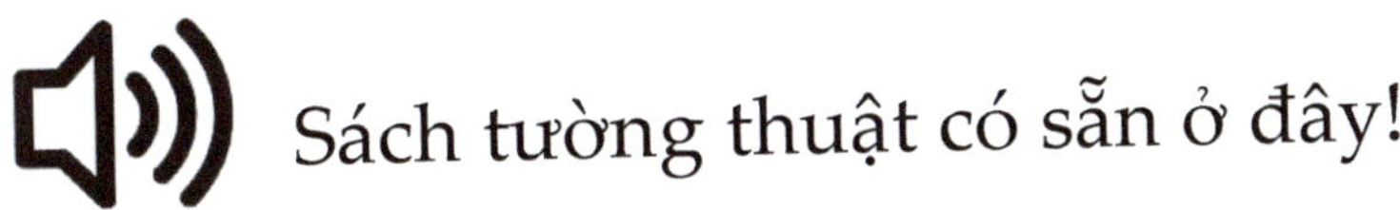 Sách tường thuật có sẵn ở đây!

https://jibberjabberblog.blogspot.com/2023/05/the-thorn-thicket-video.html